சைவசித்தாந்த உண்மை வரலாறு

கா. சுப்பிரமணிய பிள்ளை

Title: Saiva Siddhantha Unmai Varalaru

Author: K. Subramania Pillai

Language: Tamil

First Published on: 1927

Year of Publication: 2025

Book Format: Paperback

*Page Size: 6inch * 9inch*

Category: Religious

Subject: Religious Essays

No. of pages: 34

ISBN: 978-81-689884-9-1

Published by: Nilan Publishers, Madurai, Tamilnadu, India

பொருளடக்கம்

பதிப்புரை

சைவ சித்தாந்த உண்மை வரலாறு என்பது செந்தமிழ்ச் செல்வி என்னும் திங்கட்டாளின்கண் திருவாளர் சுப்பிரமணிய பிள்ளை யவர்கள் எழுதிய சைவசித்தாந்த வரலாறேயாம்.

தன்கண் கடவுள், உயிர், உலகம் என்ற முப்பொருள்களின் இயல்பும் தொடர்பும் எனைத்தென்றும், சைவநெறி பண்டைத் தமிழ் மக்கள் நெறி யேயாமென்றும், சிவம் என்ற சொல் வடமொழிக்குரியது என்று கூறுவார் மயக்கக் கூற்றைத் தக்க சான்றுகள் கொண்டு மறுத்து அது தமிழ்ச் சொல்லேயாமென்றும், தமிழில் மந்திரங்கள் உளவென்றும் விளக்கப்பெற்றிருக்கின்றன. இது சாத்திர ஆராய்ச்சியாளர்க்கும் சரித்திர ஆராய்ச்சியாளர்க்கும் பெரிதும் பயன்படும். இதனை எழுதித் தமிழுலகிற்குப் பயன்படுத்திய ஆசிரியருக்கு நிரம்பவும் நன்றி செலுத்தக் கடமைப்பட்டிருக்கின்றோம்.

சைவசித்தாந்த நூற்பதிப்புக் கழகத்தார்.

உ

திருச்சிற்றம்பலம்

சைவசித்தாந்த உண்மைவரலாறு

(சிவநெறி வாலாறு)

சைவம் சித்தாந்தம் என்ற இரு சொற்களின் பொருளை முதற்கண் ஆராய்ந்து கொண்டு பின் அவ் விரண்டிலுமாகிய தொடர்மொழிப் பொருளின் வரலாற்றை ஆராய்வாம். சைவம் என்றது சிவம் என்னுஞ் செந்தமிழ்ச் சொல்லடியாய்ப் பிறந்து சிவனோடு தொடர்புடைமை என்னும் பொருளில் வழங்குவது, சிவனைப் பற்றிய நிலையையும் சைவ நூல்களையும் சிவனடி சேர்தற்குரிய நெறியையும் அச்சொல் குறிக்கும். சித்தாந்தம் என்பது சித்த அந்தம் என்ற இரு சொற்களால் ஆகி முடிபின் முடிபு என்று பொருள் பெறும். சைவ நூல்களின் முடிந்த முடியைக் கூறும் நூல்களைச் சைவ சித்தாந்த மென்ப அச்சை சித்தாந்த நூல்கள் முழுமுதற் கடவுளாகிய சிவபெருமானை எளிதில் எய்துதற்குரிய நெறி ஈதெனக் காட்டுவன. அந்நெறியே கடவுளை நாடிச் செல்லும் நெறிகள் பலவற்றுள்ளும் தலை சிறந்ததாகலின் சேக்கிழார் சுவாமிகள் அதனை முதற் சைவ நெறி யென்றார். அந் நெறியே முதல்வனோடு கலத்தலாகிய திருவை அளிக்க வல்லதாகலின் திருமூலமாமுனிவர் அதனைத் திருநெறி யென்றார்.

'திருநெறிய தமிழ்' என்றதும் அது. திரு வென்பதும் சிவம் என்பதும் ஒத்த பொருளுடையன. உண்மைத் திருவுடையோன் சிவனென அறிஞர் இனிதுணர்வராகலின் திருநெறி யென்ற விடத்து முடிபுணர்த்தும் சொல்

வேண்டியதின்றாயிற்று. இதனை அறியாத பல்வேறு மக்கட் குழாங்கள் வேழங் காண்பான் சென்ற விழியிலார் ஒப்பத் தத்தம் புல்லறிவுக்குத் தோன்றியவா திருவிலா நெறி பலவற்றைத் திருவுடையவாகக் கருதி மயங்குவர். அன்னோர்க்கு முடிபாய் வழி இஃதே யென உணர்த்த நின்றது சித்தாந்த மென்னும் சொற்றொடர் மலைத்தலை மீதுள்ள மாண்பெரு மாடத்திற்குச் செல்லும் வழியானது மலைக்கு அருகிலுள்ள நிலத்திலும் படிப் படியாகக் கடந்து செல்லும் குன்றுகளிலும் உள்ள தங்கிடங்கட்கும் வழியாக அமைதல் போல, முழுமுதற் கட வுளை நாடிச் செல்லும் நெறியின் பகுதிகளாகப் பிற நெறிகள் அமையும்.

ஆதலால் உயிரில்லாத பூதங்களையும் உயிரையும் உயிர் வகைப்பட்ட சிறு தெய்வங்களையும் முடிந்த பொருள்களெனக் கொள்வாரது சிறு நெறிகளைப் பகுதியாகப் பெற்று அவற்றைக் கடந்து முதல்வனிடம் நேரே செல்வது நமது திருநெறியாதலின் அதனைப் பெரு நெறி யென்றார் பெரியர் முகில்களைக் கடந்து ஓங்கிச் செல்லும் உயர் நெறியானது பகல் முழுவதும் இடை யீடின்றிக் கதிரவன் ஒளி பெற்றுத் திகழ்வ தொப்பப் புறச்சமய வெல்லை கடந்து செல்லும் சிவநெறி திருவரு ளொளி பெற்று மிளிர்வதால் அதனை 'ஒளிநெறி' யென்றும் பணித்தனர் உயர்ந்தோர், "தாயுடன் சென்று பின் தாதையைக் கூடி" என்பதற் கிணங்கச் சிவனது திருவருளாலே அவன் தாள் வணங்கிய அன்பர்க்குச் சிற்றறி வொழித்துப் பேரறிவு நல்கும் பெருமான் தாமே வலிந்தாடகொள்ளும் பான்மைபற்றி நமது திருநெறியைக் குரு நெறி யென்றுங் கூறுவர் அறிஞர். இச் சிவநெறி யெய்தினோர் ஒன்றியிருந்து சுட்டற நினைக்கும் ஒருமைச் சார்பினராதலின் அவர் நெறியை ஒருநெறி யென்றும் வழங்குமுலகம்.

இவ்வொரு நெறியே அறிவு நூல்களில் முடிந்த முடிபாகக் கொள்ளுதற் குரியது என்பது அந்நெறிச் சென்ற பேரறிஞராகிய சைவ சித்தாந்திகள் தமது நுகர்ச்சியின் பயனாகக் கூறும் அருட்பனுவல்களின் வைத்தும், அளவை

முறைக் கேற்ப உலகம், உயிர், கடவுள் என்பவற்றின் இயல்புந் தொடர்பும், அவற்றை யுணர்ந்த உயிர் செல்லு நெறியும், எய்தும் பயனும் ஆகிய இவற்றைப் பல்லாற்றானும் வகுத்துத் தெள்ளிதின் அறிவுறுத்தும் சித்தாந்த அருள் நூல்களில் வைத்தும் யாம் உணரற் பாலம்.

நற்கலை சுற்று யோகம் பயின்று பதமுத்தி எய்து தற்குரிய ஞான மெய்தித் தம்மையும் தலைவனையு முணர்ந் தோரே சைவ சித்தாந்த ராவார் என்பது.

'கற்பன கற்றுக் கலைமன்னு மெய்யே
முற்பத ஞான முறைமுறை நாடியே
தொற்பத மேவித் துரிசற்று மேலான
தற்பரங் கண்டுளோர் சைவசித் தாந்தரே'

என்னும் திருமந்திரத்தால் அப்பெற்றித்தாய பெரியோர் நமது திருநெறித் தலைவர் என்பது அவர்களது அருளுரை களால் இனிது விளங்கும்.

அதை, திருஞானசம்பந்த மூர்த்தி நாயனார்

'போதையார் பொற்கிண்ணத் தடிசில் பொல்லாதெனத்
தாதையார் முனிவுறத் தானெனை யாண்டவன்

என்றும்,

கழுமல முதுபதிக் கவணிய னறியும்
அனைய தன்மையை யாதலின் நின்னை
நினைய வல்லவ ரில்லைநீள் நிலத்தே

என்றும் பாடிய திருப்பாடல்களின் முதற் திருப்பாட்டிலே தமக்கு முதல்வன் தையலோடு மெழுந்தருளி ஞான வாரமுத மீந்ததை விதந்தோதும். இரண்டாவது திருப் பாட்டிலே முதல்வனைச் சுட்டிறந் தறியுமாற்றல் அவனது பொருட்காட்சி பெற்ற தம்மைப் போன்றார்க்கே யன்றி ஏனையோர்க் கெளிதல்ல வென்றுங் குறிப்பித்தமையாற் காண்க.

இவ்வாறே நமது சொற்கோவும்,

'ஒருத்தரா லறியவொண்ணாத் திருவுரு வுடையசோதி
விருத்தநான் காணவேண்டி நேர்பட வந்தவாறே'

தேடிக் கண்டுகொண்டேன் றிருமாலொடு நான்முகனும் தேடித்
தேடொணாத் தேவனை யென்னுளே
தேடிக் கண்டு கொண்டேன்

'தெள்ளத் தேறித் தெளிந்து தித்திப்பதோர்
உள்ளத் தேத லமுத வொளிவெளி
கள்ளத்தே கடியேன் கவலைக் கடல்
வெள்ளத் தேனுக் கெவ்வாறு விளைந்தரே'

என்னும் திருப்பாட்டுக்களிலே தமக்குப் பேரறிவு சுடர் கொளுத்தும் வண்ணம் இறைவன் எழுந்தருளிக் காட்சி யளித்ததையும். காண்டற்கரிய முதல்வனைத் தமது நுகர்ச்சியின் கட் பெற்றது தஞ்செயலற்றுத் தாமற்றவிடத் தென்பதையும்,முதல்வன்பால் எய்தும் முடிவிலின்ப நுகர்ச்சி தமக்குக் கைவந்த கிறத்தையும் தெள்ளிதின் விளக்கியருளினமை காண்க.

நமது ஸ்ரீ சுந்தரமூர்த்தி சுவாமிகள்,

'நாயேன் பலநாளு நினைப்பின்றி மனத்துன்னைப்
பேயாய்த் திரிந்தெய்த்தேன் பெறைாகா வருள்பெற்றேன்
வேயார் பெண்ணைத் தென்பால்வெண்ணெய்
நல்லூரருட்டுறை ஆயாவுனக் காளாயினி யல்லேனென லாமே'

என்றும்,

'ஏழிசையா யிசைப்பயனாயின்னமுதா யென்னுடைய
தோழனுமா யான்செய்யுந் துரிசுகளுக் குடனாகி
மாழையொண்கண் பரவையைத் தந்தாண்டானை மதியிலா
ஏழையேன் பிரிந்திருக்கே னென்னாரூ ரிறைவனையே'

என்றும்,

இந்திரன் மால்பிரமன் னெழிலார்மிகு தேவரெல்லாம்
வந்தெதிர் கொள்ளவென்னை மத்தயானை யருள்புரிந்து

என்றும் திருவாய்மலர்ந்தருளியவற்றில் முதல்வனுக்கு மீளாவடிமையாய்த் தாம் பெறலாகா வருள்பெற்ற திறத்தையும் தம் பெருமை யறியாத அண்ணல், தம் அன்பராய தமக்கு எளிவந்தருளித் தோழனாய் வேண்டுவள உற்றுழி யுதவி யாட்கொண்ட வண்ணத்தையும், அரி யயன் முத லியோ ரேத்தும் பெருவாழ்வு தமக்கு முதல்வ னீந்தமை யும் விளக்கி யருளினமை காண்க.

நமது மணிவாசகப் பெருந்தகையார்,

தன்னே ரில்லோன் றானேயான தன்மை
என்னே ரனையோர் கேட்கவந் தியம்பி
அறை கூவி யாட்கொண்டருளி

என்றும்,

புவனியிற் சேவடி தீண்டினன் காண்க
சிவனென யானுந் தேறினன் காண்க
அவனெனை யாட்கொண் டருளினன் காண்க

என்றும்,

புத்தன் முதலாய புல்லறிவிற் பல்சமயந்
தத்த மதங்களிற் றட்டுளுப்புப் பட்டுநிற்கச்
சித்தஞ் சிவமாக்கிச் செய்தனவே தவமாக்கும்
அத்தன் கருணையினாற் றோணோக்க மாடாமோ

என்றும்,

'உவலைச் சமயங்க ளொவ்வாத சாத்திரமாம்
சவலைக் கடலுளனாய்க் கிடந்து தடுமாறும்
கவலைக் கெடுத்துக் கழலிணைகள் தந்தருளும்
செயலைப் பரவிநாம் தெள்ளேணங் கொட்டாமோ'

என்றும் அருளிச் செய்த திருப்பாட்டுக்களானே முதல்வன் தமக்குத் தன் பேரியல்பு ஈதெனத் தம்மை வலிந்து ஆட்கொண்டு அறிவுறுத்தருளினமையும், முழுமுதற் கடவுள் தம்மை யாட்கொள்ளப் போந்தமையைத் தாம் தெளிந்தமையும், நமது சிற்றறிவு கொண்டு கலைஞானத் தான் முதல்வனை யுணரப் புக்கார் தட்டழிந் துழல்வ ரென்றமையும், திருவருணோக்கத்தாற் றமக்கு உண்மை யறிவு தலைப்படத் தாம் பயன்பெற்றமையும் பசுமரத்தாணி போற் புலனாவது காண்க.

இனி, சித்தாந்த நூல் உரைக்கும் பொருளின் சுருக்கம் உணர்ந்து, அதன்பின் சித்தாந்த வரலாற்றினை யொருவாறு ஆராயப் புகுவாம். உலகத்திலுள்ள பொருள்களுள் உயிருள்ளன, அறிவுடையன, உயிரில்லன, அறிவில்லாதன, அறிவுள்ளது இயக்க அறிவில்லாதது இயங்கும். அறிவில்லாதது தானகவே இயங்காது. உயிர் இயக்க உடம்பு இயங்கும். அது தானாகவே இயங்குதல் இல்லை. துயின்ற காலத்தும் உயிருண்மை பற்றியே உடம்பின் உட் கருவிகள் இயங்குவதும் அது பிரிந்தபோது அவை இயங்காமையும் தெள்ளிய கண்டதின் வைத்துக் காணாததை யறிய வேண்டும். உயிர்களை வேறு பிரித்தெண்ணுங்கால் இப்பெரு ஞாலமானது உயிரில் பொருட் பிண்டமாகக் காணப்படுதலின் அது தோன்றி நின்று மறையும் வண்ணம் தன்னை இயக்கும் ஓர் முதல்வனை யின்றியமையாதது. அற்றன்று, ஞாலம் தானே இயங்குமெனக் கொள்ளின் இழுக்கென்னை யெனின், அது பொருந்தாது. அங்ஙன மாயின், உயிரில் பொருளாய கல் முதலியன தாமே இயங்கல் வேண்டும். அங்ஙனம் கண்டிலமாதலின் அக்கொள்கை நிலைபெறாது.

உலகின் பகுதிகளே ஞாயிறு, விண்மீன், நானிலம் முதலியவாகக் காணப்படும். அவைகள் ஒழுங்கு பெறத் தம்முள் இயங்குதல் இயற்பொருள் நூலறிவால் விளங்கும். ஞாலப் பகுதிகள் தோன்றி நின்று மறையுமிடத்து ஞாலமுற்றுமே அவ்வாறாம். ஞாலமோ அளப்பருந் தன்மையது. ஆதலால் அஃது அளவிலாற்றலுடைய ஓர் முழு

முதற் பெருமானை வேண்டி நிற்குமென்பது ஊகிக்கப்படும். உயிர் அறிவுளதாயினும் உடம்பில் பற்றுள்ளது. உடம்பு ஞாலத்தின் பகுதியாம். உடம்பின் பற்றுக் காரணமாகத் தோன்றி மறைதலாகிய பிறப்பிறப்பு உயிர்க்கும் அமையும். ஆதலால் உயிர் தன்வய மில்லாதது. ஞாலம் முதல்வனது ஆட்சிக்குட்பட்டு நடப்பது. இங்ஙனம் உயிர் உடம்பினிற் றுவக்குண்டு கிடப்பதொப்ப முதல்வனும் ஞாலத்திற் றுவக்குண்ணானோவென்னின்? உண் னான். என்னை? அறிவற்ற உலகில் துவக்குண்டால் அவன் தன் பொருட்டு ஞாலத்தை வேண்டும். அவ்வாறு வேண்டின் முதல்வன் ஞாலத்திற்கு இழிந்தவனாவன். அவ்வா றாயின் அறிவில்லது அறிவுடையதின் மேலாம். ஆகவே, அறிவில்லதை முறைப்பட இயக்குதல் அறிவுடையதற்கு இயலாது. இதனால் ஞால முதல்வன் தன்வய முடைய னென்பது புலனாம். இக்காரணம் பற்றியே முதல்வனுக்கு உலகத்தோடுள்ள தொடர்பு அவனது முற்றறிவிற்கு இழுக்காகாமை காண்க.

துவக்குண்ணாத முதல்வன் முற்றறிவுடையனெனவே துவக்குண்ணும் உயிர் சிற்றறிவுடையதென்பதுதானே போதரும், தன்வயமுடைய தலைவன் ஞாலத்தை இயக்குதல் தன்பொருட்டு அன்று என்பது தெளிவு. ஞாலத்தின் பொருட்டென்றலும் கூடாது. அறிவும் நுகர்ச்சியும் அதற்கின்மையின், அதனால் இறைவன் உலகைத் தொழிற்படுத்துவது உயிரின் பொருட்டென்பதே முடிகின்றது.

உலக உவர்ப்பு வந்த உயிர் முதல்வனைப் பற்றுவது எதனாலெனின் தானே தனித்து இயங்கும் ஆற்றல் அதற்கு இன்மையாலென்க. அஃதெவ்வாறாமெனின் தனித்தியங்கு மாயின் தானே அறியும் ஆற்றலுடையதாக வேண்டும். அங்ஙனம் இயற்கை அறிவுடையதாயின் உயிர் எஞ்ஞான்றும் உலகிற் கட்டுண்ண இடமில்லை. கட்டுண்மை தெளிவாதலால் உயிர் அறிவிக்க அறியும் இயல்பிற்று. ஆதலால் அறிவிக்கும் ஒரு முதல்வனை அஃது என்றும் வேண்டியே நிற்கும். கட்டுள்ள காலத்து உலகைப்பற்றி நின்ற உயிர்க் குக் கட்டொழிந்த காலை முதல்வனையின்றி வேறு

தாரக மின்மையின் அவனை நாடிப் பற்றும் என்று முற்கூறப் பட்டது. முதல்வன் உயிரையாவது உலகையாவது தன் பொருட்டு வேண்டுபவனல்லன். உலகின் மூலமாகிய மாயையை முதல்வன் தொழிற் படுத்துவதற்குக் காரணம் உயிரின் மீது வைத்த பேரருளேயாம். ஆகவே உயிரை யும் உலகையும் இறைவனோடு தொடர்பு படுத்துவது அவனது திருவருளேயாகும். ஆதலால் முதல்வன் (படைப்பு முதலிய) ஐந்தொழில் நடத்துவதற்குத் திருவருளே காரணமாதலின் அத்திருவருளைத் தாயென வழங்குவர் பெரியோர். எல்லாந் திருவருளென்பது,

உருவருள் குணங்களோடு முணர்வரு ளுருவிற் றோன்றும்
கருமமு மருளரன்றன் கரசர ணதி சாங்கத்
தருமரு ளுபாங்கமெல்லாந் தானரு டனத்கொன் றின்றி
யருளுரு வுயிருக்கென்றே யாக்கின னசிந்த னன்றே

என்னுஞ் சித்தியாரா லுணரவிருக்கின்றது. அன்றி, முதல்வன் இயற்கை அறிவினனாதலாலும் உயிர் செயற்கை யறிவுடையதாதலாலும் முதல்வன்கணின்று உயிர் தோன்றிய தென்று கொள்ள இடமில்லை. உலக மூலமாகிய மாயை அறிவில்லதாகலின் அதுவும் அறிவுடைய பொருளினின்று பிறப்பது அல்ல. ஆதலின் கடவுள், உயிர், உலகம் என்ற மூன்றும் வெவ்வேறே. முதல்வனது திருவரு ளொன்றுமே மூன்றையும் தொடர்புபடுத்துவதாம்.

இதுகாறும் கூறியதின் வைத்துச் சித்தாந்த உண்மையை விரித்து உணர்ந்து கொள்க. இனி அதன் வரலாற்றை ஆராய்வாம் :

தமிழ் மொழியிலே சித்தாந்தக் கொள்கைகள் எப்போது எவ்வாறு எழுவதாயின வென்னும் வினாவுக்கு விடையே இவண் ஆராயத்தக்கது. மக்கள் யாவரும் முதலில் ஓரிடத்தில் தோன்றிப் பின் பல இடங்கட்குஞ்சென்று வாழ்ந்து, காலஞ் செல்லச் செல்ல இடம் முதலிய பல காரணங்களால் தம்முள் வேற்றுமைப்பட்டுப் பல்வேறு வகையினர் ஆயினர் என்று

யாக்கை நூல் வல்லார் கூறுவர், அங்ஙனம் உலகெங்கும் பரவுதற்கு முன்னர் அவர்க்குள மொழி தோன்றியதெனில் தோன்றிய அம்மொழியினின்றே உலகின்கண் உள்ள பல மொழிகளும் எழுந்தன வெனக் கருத இடமுண்டு.

அவ்வாறன்றி மக்கட் கூட்டத்தினர் வெவ்வேறு நாடுகளில் தங்கியபின் வெவ்வேறு மொழிகள் எழுந்தன வென்பர் சிலர். எவ்வாறாயினும் மக்கள் வெவ்வேறு நாடுகளில் தங்கித் தமது பொது வாழ்க்கையைச் செவ்வைப் படுத்திக்கொண்ட பின்னர்தான் அவர்க்குள் வழங்கும் மொழிகளிலே தத்துவ உணர்ச்சியைக் குறிக்கும் சொற்கள் எழுந்து நிலைபெற்றன என்பது இயல்பே.

இப்படைப்பின் தொடக்கத்திலேயே முற்படைப்பில் அறிவும் தவமும் முதிர்ந்த பெரியோர் தோன்றி மொழியையும் நூலையும் தோற்றுவித்து வளர்த்தனரெனினும், அவர்கள் தத்துவ உணர்ச்சியைக் குறிக்க வழங்கும் சொற்கள், தம்பொருளை யறிந்து போற்றும் ஆற்றல் இல்லாத மக்கள் நடுவே நிலைத்தல் அரிது. ஆதலின் அத்தகைய சொற்கள் எழுந்து நிலவா நிற்கும் மக்கட் கூட்டத்தாருட் சிலராதல் தத்துவ உணர்ச்சி யுடையராவர் என்று கோடற்கு யாதும் இழுக்கில்லை. சொற்கள் எழுந்த பின்னே நூல்கள் எழுதுவது இயல்பு. நூல்கள் அழிந்து போயினும் மொழி உள்ளளவும் சொற்கள் சிலவாதல் இருந்தே தீர்வனவாம். ஆதலால் நூல்கள் முதலிய சரித் திர ஆராய்ச்சிக் கருவிகள் ஒழிந்துபோயினும் சொல் லாராய்ச்சி பெரிதும் பயன்படவல்லதே. இது நிற்க.

சைவசித்தாந்தம் வேதாகம சாரமாதலாலும் வேதாகமங்கள் வடமொழியிலிருப்பதாலும் ஆரியத்தினின்றே தமிழிற்குச் சைவக் கொள்கைகள் வந்தனவென்பர் ஒரு வகையார். இக்கொள்கை யுடையாருட் சிலர் ஆரியமும் தமிழும் தமிழரது மொழிகளே யென்பர். ஆரியத்தின் சிதைவாகத் தமிழ் இருந்தாலன்றி ஆரியரும் தமிழரும் ஒரு வகையினரென்று கொள்வதற்கிடமில்லை. தத்துவ உணர்ச்சி ஒரு வகையாரிடம் முதற்கண் உண்டாய்ப் பிறிதொரு

வகையார்க்குப் பின் பயன்பட்டிருக்கலாம் அல்லது இருவகையாரும் தாம் தாம் ஒரு சிறிது தத்துவ உணர்ச்சி முன்னெய்திப் பின் கலந்து அதனை விரிவு செய்திருத்தலும் கூடும். ஆரியத்தினின்றே தமிழரது ஒழுக்கம் ஞானம் முதலியன எழுந்தனவென்று கூறுதல் எத்துணைப் பொருத்தமுடைய தென்பதைப் பின்வரும் ஆராய்ச்சியின் வைத்துக் காண்க.

உரை, கருதல், காண்டல் என்னும் மூன்று அளவைகளுள் முதல் நின்றதைக் கடைப்பிடித்து ஆராயுமிடத்து அறிஞர் ஆரியத்தையுந் தமிழையும் ஒரு பெற்றியினவாகக் கருதுவது புலனாம்.

'தமிழ்ச்சொல் வடசொல் லெனுமிவ் விரண்டும்
உணர்த்து மவனை யுணரலு மாமே'

'ஆரியமும் தமிழும் உட னல்கி
காரிகை யார்க்குங் கருணை செய்தானே'

என்ற திருமூலர் திருவாக்கினை இடைச் செருகல் என்று கூறுவாருமுளர். தத்தமது கருத்துக்கு இசையாதனவற்றை அவ்வாறு கூறுவது ஒரு கொள்கை பற்றினார்க்கு இயல்பா தலினாலும் இடைச்செருகுவதும் ஒரு தீய வழக்கமாக நின்று நிலவுதலாலும் பிற இரண்டு அளவைகட்கும் ஒத்துவரும் உரையே கொள்ளற் பாற்றென்பது முடியும். இரண்டாவது மேற்கோளுள் உடன் என்றதனால் ஆரியத்தினின்றே ஞானநூற் கொள்கைகள் தமிழிற்கு வந்தன வென்று கோடல் பொருத்த மில்லாததே. இம்மேற் கோளைப் புகுத்தலென்பார் 'தமிழ்ச்சொலும் வடசொலும் தாணிழற் சேர', 'தமிழினீர்மை பேசித் தாளம் வீணை பண்ணினல்ல முழவமொந்தை மல்குபாடல் செய்கையிட மோவார்' முதலியவாகத் திருஞான சம்பந்த மூர்த்தி நாய னார் தேவாரத்துள்ளும், பிற திருமுறைகளிலும் காணும் பல மேற்கோள்களையும் புகுத்த லென்பாரோ யாம் அறி யேம்.

இனிச் செந்தமிழ் நிலத்து வழக்கினை நன்கு உணர்ந்து இயல் நூல் செய்த ஆசிரியர் தொல்காப்பியனார் தமிழ் நாட்டு மக்கள் வகையினை வாகைத் திணையுட் சுட்டுவான் ஓதிய 'அறுவகைப்பட்ட பார்ப்பனப் பக்கமும்' என்ற முதற் குறிப்புச் சூத்திரத்துள் மூன்று காலமும் உணர வல்ல ஞானம் பெற்ற அறிவர் என்பாரும் அவர் சொல் வழி நின்றொழுகும் எண்வகைத் தாபதப் பக்கத்தாரும் தமிழ் நாட்டிற் குரியாரெனக் குறித்த இடத்தும் அறி வராகிய நிறைமொழிமாந்தர் பண்டைத் தமிழிற் போந்த எழுவகை இலக்கியங்களுட் சிறந்த மறைகள் இயற்றினா ரெனக் குறித்த விடத்தும் அவர் ஆரியரெனவும் அவர் இயற்றியன வடநூற் சார்பாயவெனவும் கூறாமை காண்க.

அங்ஙனங் கொள்வோர் தமிழ் நிலத்து வழக்குக் கூறும் இயல்நூலின் இயல்பு அறியாதவராவர். மேற்சுட்டிய தொல் காப்பியச் சூத்திரங்களாலே யாம் உணர்ந்து கொள்வது யாதெனின் தமிழ்நாட்டிலே இறைவனது திருவருள்பெற்றுத் தமிழ் மக்கட்கு ஒளி நெறி காட்டவல்ல பெரியோர் தமிழ்ப் பெருமக்களாய் விளங்கினரெனவும் அவர்வழி நின்றொழுகுவார் எண்வகைப்பட்டனரெனவும் அவர்கள் தாம் கண்ட அரிய நூற்பொருளையும் கடவுளருள்பெறு முறை யையும் உணர்விக்கக் கருதி இயற்றியருளிய நூல்கள் மறை யெனப்படுமென்பதும் ஆம்.

வடநாட்டு ஆரிய முனிவரைத் தொல்காப்பியனார் ஐயரென்று ஓரிடத்திற் கூறியுள்ளார். அதை,

'பொய்யும் வழுவும் புகுந்த பின்னர்
ஐயர் யாத்தனர் கரண மென்ப'

என்ற இடத்துக் காண்க. ஐயரென்பது ஆரியரென்பதன் சிதைவாம். ஐயர் என்பதற்கு ஆசிரியர் நச்சினார்க்கினியர் இருடிக ளென்றது காண்க. தமிழ் நாட்டு அறிவர் இருடிகளென விசேடிக்கப்படுவதில்லை. அறிவர் அருளிய

நூலை ஆசிரியர் நச்சினார்க்கினியர் காலத்தும் ஆகமம் என்ற பெயரால் குறிப்பது வழக்கம் என்று தெரிகிறது.

'ஆகம மென்ப தறிவ னூலாற்
போக புவன முண்டெனப் புலங்கொளல்'

என்ற மணிமேகலை அடிகள் உற்று நோக்கத்தக்கன. காஞ்சித்திணையுள் உலக நிலையாமை கண்டு துறவு புக்கோர் தம் மனைவியரைத் தமது பணிவிடைக் குரியவராகக் கொண்டு வாழ்ந்தமை குறிக்கப்பட்டது. அந்தண ரென்பார்க்குரிய இலக்கணம் யாதென்று கூற வெழுந்த மரபியற் சூத்திரம் திருவள்ளுவர் குறித்தது போல அவரது பண்பினை உரை யாமல் அவரது அடையாளங்களைக் கூறியது வியக்கத்தக்கதே.

'நூலே கரகம் முக்கோல் மனையே
ஆயுங்காலை அந்தணர்க் குரிய'

என்றவிடத்து நூலென்பது ஏட்டைக் குறிப்பதோ பூணூலைக் குறிப்பதோவென்னும் ஐயமெழற் பாலதே. அந்தணர் என்ற சொல்லும் தனித்தமிழ்ச் சொல்லாக விருப்பதால் அது பிற நாட்டினரைக் குறிக்க எழுந்த தென்று கூற இடமில்லை. கமண்டலம், திரிதண்டம், ஆசனம் என்னும் மூன்றையும் துறவியர்க்கு உரியனவாக நூல்கள் கோடலினாலும் துறவியர்க்குப் பூணூலின்மையாலும் நூலென்பது ஏட்டைக் குறிப்பதேயாமென்க.

அவ்வாறு கொள்ளுமிடத்து அந்தணர் ஒரு வகைத் துறவியராவர். இது பற்றியே அந்தணரது இலக்கணத்தைத் திருவள்ளுவர் 'நீத்தார் பெருமை' என்னும் அதிகாரத்து விதந்து ஓதினர். தமிழிலே அறம் பொருள் இன்பம் வீடு என்னும் நான்கினையும் இனிதுணர்த்தும் நான்மறைகள் இருந்தன என்பதைத் திருநான்மறை விளக்கத்திற் கண்டு கொள்க. உறுதிப் பொருள் நான்கினையும் உணர்த்தவல்ல நான்மறைகள் ஆதியில் தமிழில் இருந்தன வென்றும் அவைபோன்ற மறைகள் நிறைமொழி மாந்தராலே தமிழில்

இயற்றப் பட்டனவென்றும், தமிழ் நன்மக்கட்கு உண்மை யறிவுச்சுடர் கொளுத்தும் அறிவர் தமிழ் நாட்டின ரென்றும் யூகிக்கப்படும். கூறிய அந்நான் மறையும் முழு முதற் கடவுள் ஆல நிழற்கீழ் அறம் பகரக்கேட்ட நால்வர் வாயிலாக எழுந்தன எனத் தேவாரம் முழங்குதலானும் சைவ சித்தாந்த உண்மையறிவு தமிழ் நாட்டினர்க்குத் தமிழ்ப் பெரியோராலே பண்டைக் காலத்துக் கிடைக்கப் பட்டுள்ள தென்பது யூகிக்கப்படும்.

இக் கொள்கையானது நன்று நிலவுதற்கு இடையூறாக உள்ளன தமிழ்ப் பண்டை மறைகள் மறைந்தமையும் அளவற்ற செந்தமிழ் நூல்கள், தமிழ் மக்களது மடியினாலும் பழ வினையினாலும் இறந் தொழிந்தமையும், தமிழ் நூற்பொருள் கிளக்கும் வடமொழி நூல்கள் பாதுகாக்கப் பெற்று நாடெங்கும் பரந்தமையும், வட நூலாளர் தம் நூல் மீது வைத்த பற்றும் தமிழரது நூற்பற்றின்மையும்,அப்பற் றின்மையை நிலைபெறச் செய்யு மூலம் தமது உயர்வை நிலைநிறுத்தக் கருதும் ஆரியர் முயற்சியால் தமிழாது வடநூலபிமானமும் வடசொற் பெருவழக்கமும் யாண்டும் தழைத்தமையும், இனைய பிறவும் ஆம் என்பதற்கு ஐயமில்லை.

ஆயினும் தமிழ் நெடுங்கணக்கின் அமைப்பையும் தமிழ் எழுத்தியல் நூல் நுட்பத்தையும் நுணுகி ஆராய்வோர் பேச்சொலிக் குழாத்துக்கு மூலமாகிய தனி ஒலிகளும் துணை ஒலிகளும் ஒலி நூல் முறைப்படி தமிழில் அமைந்து நிற்குமுறை எம்மொழியுள்ளும் கிடையாது எனவும் எம்மொழியையும் எவ்வொலியையும் திட்பமாக வரைதற்கு உரிய எழுத்துக்கள் தமிழிலே உள்ளனவென்றும் உணர்தல் கூடும்.

இங்ஙனம் கண்ட பேரறிவாளராகிய திரு. *P.V.*மாணிக்க நாயக்கர் அவர்கள் தமிழ் இயல் நூலினை அதன் சொல்வரலாற்றினைக் கொண்டு பொருள் கொள்ளுமிடத்து அஃது ஒரு சைவ சித்தாந்த நன்னூலாக விளங்குகின்றது என்று கூறுகிறார்கள். நெடுங் கணக்கையும் இயல் நூலையும் வகுத்த

தமிழ்ப் பேரறிஞர் அவ்வியல் நூலிற் கூறியவாறே முக்காலமும் அறியும் ஆற்றலுடைய ராகலின் தமிழ் நூல்கள் தமக்குப் பின் அழிந்தொழிவனவா மென்பதை முன்னோக்கி மொழியுள்ளளவும் உண்மை நூற் கருத்து நிலைபெறுமாறு அதனை எழுத்தினும் சொல்லினும் இயல்நூல் அமைப்பினும் பாதுகாத்து வைத்தனர்போ லும். தமிழ் மக்கள் பண்டுதொட்டே தத்துவ வுணர்ச்சியில் தலைசிறந்தவ ரென்பதைப் பின்வரும் தமிழ்ச் சொல்லா ராய்ச்சியால் ஒரு சிறிது விளக்குவாம்.

அந்தணர் என்ற சொல்லைப்போலவே பார்ப்பார் என்ற சொல்லும் தமிழே. பார்ப்பார் என்றமையாலே அஃது ஆரியப் பிராமணரைக் குறிப்பதெனத் துணிவது தற்காலத்திற்குப் பொருந்துமாயினும் பண்டை நூலாராய்ச்சிக்குப் பொருந்துமாறில்லை. ஆதலால் தமிழ்ப் பார்ப்பார்க்கு உரிய தொழில் ஆரியப் பிராமணர்க்கு உரிய வேள்வி முதலியனவே என்று கொள்ளுதலும் தவறே. நுணுகி ஆராயுமிடத்து அன்பு மிக்க வழிபாட்டினால் கடவுட் காட்சி பெறவல்ல தமிழ் மக்களே பார்ப்பார் எனப் பெற்றன ரென்பது விளங்கும். கடவுளை ஒரு வடிவத்திலே வழிபாடு செய்வதற்கு முதல் நின்று தவுவாராகிய இற்றைக் காலத்தில் ஆதிசைவர் எனப்படுவோரே பண்டைப் பார்ப்பார் என்று யூகிப்பதற்கு இடமுண்டு. முப்பொழுதுந் திருமேனி தீண்டுவாரும் அவரே. ஆதிசைவ ஆசாரியரை சுமார்த்தராய்ப் பிறந்து சைவம் புகுந்து ஆசாரியாபிடே கம் பெற்றவரினின்றும் பிரித்து வேறாகக் கருதும் வழக்க மும் கொள்கையும் இருவரும் ஒரே மக்கட் பகுப்பைச் சார்ந்தாரல்ல ரென்பதை நன்கு வற்புறுத்தும். என்னை ?

இந்தியாவிலுள்ள இந்து மக்கள் அனைவரும் நான்கு வருணப் பகுப்புடைய ஒரே மக்கட் கூட்டத்தினர் ஆவ ரெனின் அவருள் ஒரே சமயத்தவராய் ஒரே மரபினராய் உள்ள இருவர்க்குள் வேற்றுமை காண்பதற்குக் காரணம் வேறொன்றும் தோன்றவில்லை. ஆதிசைவரும் மகா சைவரும் ஒரே கொள்கை யுடையராய் ஒரே முறையாக ஆசாரி யாபிடேகம்

பெற்றவராய் இருப்பினும் அவருள் ஆதி சைவரை வேறு பிரிவினராகவும் மகா சைவரைப் பிறிதொரு பிரிவினராகவும் கருதக் காரணமில்லை. ஒரே மிஷனைச் சார்ந்த புராட்டஸ்டண்டு கிறித்தவப் பாதிரிமாருள் ஐரோப்பியர், இந்தியர் என்ற பிரிவொன்று தவிர வேறு யாதுமில்லை. இவ்வாறே எச்சமயத்தும் கொள்ளப்படும். சமய வேற்றுமையும் வருண வேற்றுமையும் இல்லாத விடத்து ஐரோப்பியர் இந்தியர் என்றது போன்ற மக்கட் பகுப்பு வேற்றுமை யொன்றுமே யாண்டும் காணப்படும். ஆதலின் ஆதிசைவரும் மகாசைவரும் தமது பிறப்பினாலே வெவ்வேறு மக்கட் கூட்டத்திற்கு உரியாரென்பது நன்கு யூகிக்கப்படும். இவ்வேற்றுமை பற்றியே மகா சைவரது வருணத்தாராகிய சுமார்த்தர் ஆதி சைவரை இகழ்வதும் அன்னோர் மகா சைவராகியபோதும் திருக்கோயிலிற் பரார்த்த பூசைக்கு அருகரல்லர் என்று ஆகமம் விதித்ததும் என்க. இதுபற்றியே திருமூலமா முனிவரும்,

"பேர்கொண்ட பார்ப்பான் பிரான்றன்னை யர்ச்சிக்கில்
போர்கொண்ட வேந்தர்க்குப் பொல்லா வியாதியாம்
பார்கொண்ட நாட்டிற்குப் பஞ்சமு மாமென்றே
சீர்கொண்ட நந்தி தெரிந்துரைத் தானே"

என்று அருளிச் செய்ததும் காண்க. இத்திருப் பாட்டினுள் பேர்கொண்ட பார்ப்பான் என்றது சுமார்த்தனை யாவது மகா சைவனையாவது குறிக்குமென்பதில் தடை யில்லை. இன்னோர் பார்ப்பார் என்னும் பேரைக் கொண் டனர் என்பது குறிக்கப்பட்டது. அஃதாவது ஆதி சைவரின் பேராகிய பார்ப்பார் என்றதைத் தாமும் அவர் போல நடித்து ஊதியம் பெறுதற் பொருட்டுத் தமக்குப் பெயராக வழங்கினவர் ஆரியப் பிராமணர் என்று கருத வேண்டியதா யிருக்கிறது. இவ்வாறே அந்தண ரென்ற சொல்லையும் அவர்கள் தம் பெயராய்க் கொண்டனர் போலும். அவ்வாறு கொள்ளுதல் பொருத்த மன்றெனக் குறிப்பாலுணர்த்துவான் அந்தணர் இலக்கணத்தைத் திருவள்ளுவர் விதந்தோதினர் போலும். ஆகவே ஆதி சைவரே தமிழ் நிலத்தில் முதன் முதல் பார்ப்பா

ரெனப் பட்டார் என்பது விளங்கும். விளங்கவே, சைவ சித்தாந்த நெறியை அறிவுறுத்தும் ஆசிரிய வகையில் சிறந்தோர் தமிழரென்பது முடியும். இதனாலும் இப்போது சைவ சித்தாந்த மெனப்படும் திருநெறியானது பண்டைத் தமிழரது கடவுள் நெறியெனக் கருதப் பெறுமென்க.

ஞான முதல்வனைச் சுட்டும் பழந்தமிழ்ச் சொற்கள் கடவுள், இயவுள், கந்தழி யென்பன. 'கடவுள் என்பதன் நேர்பொருள் 'கடந்துள்ள பொருள்' என்பது. எதனைக் கடந்தவனென உலக முதல்வனைக் கூறுதல் இயல் பெனின், காணப்படு முலகத்தை என்பது. அறிவு முதிர முதிரக் கடவுள் உள்ளத்தைக் கடந்துள்ளவன் என்பது விளங்கும். விளங்கவே சொற் கடந்தவன் அவனெனச் சொல்ல வேண்டியதில்லை. இச்சொல்,

"நினைப்பதாகச் சிந்தைசெல்லு மெல்லையேய வாக்கினாற்
றினைத்துணையு மாவதில்லை சொல்லலாவ கேட்பவே
அனைத்துலகும் ஆயநின்னை ஐம்புலன்கள் காண்கிலா
எனைத்தெனைத்த தெப்புறத்த தெந்தைபாத மெய்தவே"

"அப்பாலைக் கப்பாலானை ஆரூரிற் கண்டடியேன்
அயர்த்தவாறே"

"எப்பாலவர்க்கும் அப்பாலாம் என் ஆரமுதேயோ "

என்னும் திருவாக்குக்களை நினைவுறுத்துகிறது. 'காண்டற்கரிய கடவுள் கண்டாய்' என்று உடம்பொடு புணர்த்துக் கூறிய வண்ணம் காணப்படும் யாவும் அழிதலின் அங்ஙனம் அழியும் பொருள்களுள் ஒன் றல்லாத முதல்வன் காணப்படாதவனாய், காணும் இவ்வுலகைக் கடந்து நிற்பவன் என்னும் பொருளையுடைய பெயரை ஞால முதல்வனுக்கு இட்டு வழங்கும் மக்கள் வகுப்பினர் படைப்புப் பொருளைக் கடவுளரெனக் கருதாத நிலையினரே யென்பது தெள்ளிது. கடவுள் என்ற சொல் தமிழில் மிக்க பழமையானது. அவ்வாறே இயவுள் என்ற சொல்லும் ஆம். எல்லாவற்றையும்

முதல்வன் இயக்குகின்றான் என்னுங் கருத்தில்லாதவர் அவனை இயவுள் என்னக் காரணமில்லை.

கந்தழி' என்ற சொல் பற்றிலான் சுட்டிறந்தவன் என்னும் பொருளையுடையது, கந்து என்பது முதலில் தறியென்பதை யுணர்த்திப் பின்பற்றும் ஓர் பொருளைக் குறிப்பதாய்ப் பின் பற்றுக்கோடாக உள்ள எதையும் உருவகிக்கப் பயன்பட்டது. "பழமை கந்தாக" என்ற விடத்து அப்பொருள் காண்க. கடவுளை வணங்கும் நிலையத்திற்கும் அப்பெயர் வருவதை 'கந்துடை நிலையினும், கலிகெழு கந்தங் கடவுள் கைவிட விடங்களிலும்' காண்க. கடவுள் பற்றி நின்று அருள் செய்தற்கும் கடவுளை நினைவூட்டுவார் சுட்டுதற்கும் நிலையமாக நின்ற கந்தினுக்கு வேறாய்ச் சுட்டற்றவன் என்றபொருள் கந்தழி யென்ற சொல்லிற்கு உள்ளதாம். எல்லாவற்றை யும் இயக்கும் முதல்வன் பற்றிலான் எனவே அவன் தன்வய முடையவனென்பதும், எல்லாவற்றையும் இயக்குவது தன் பொருட்டன்று என்பதும், சுட்டிறந்தவன் எனவே தோற்றக் கேடுகளில்லாதவனாய் முற்றறிவுடையன் என்பதும், இயவுள் என்றமையினாலே அவன் இயற்கை யறிவை யுடையவனென்பதும், கடவுள் எனவே உலகைக் கடந்துளனாதலின் இயல்பாகவே பாசங்களினின்றும் நீங்கினவ னென்பதும், உயிரறிவுக்கு அப்பாற்பட்டவ னெனவே பொருள் தன்மையால் உயிரின் வேறானென்ப தும் இனிது விளங்கும். யாதொரு வடிவில் அவனை வணங்கினாலும் அன்பர்க்குத் தோன்றி அருள் புரிவா னென்பது ஓர் சிறந்த கொள்கை. கந்துடை நிலையில் கடவுளைத் தமிழர் வழிபட்டமையானும் "முரணினர் உட்க முருகெழுவியனகர்' என்னு மிடத்துக் கடவுள் குறிஞ்சி நிலத்தார்க்குத் தோன்றுவது கூறப்பட்டமையானும், அது தமிழ் மக்களுள் பரவியிருந்தது என்பது இனிது போதரும்.

உயிர், உடம்பு என்ற சொற்கள் உருவகப் பொருளில் இலக்கணத்திள்ளும் வழங்குவதனால் தமிழ் நாட்டினர் யாவர்க்கும் உயிர் உடம்பு என்பதன் வேறுபாடு தொன்று தொட்டே நன் கு தெரிந்த தொன்று என்பது சொல்லாமலே

அமையும். 'உடல்மேல் உயிர்வந் தொன்றுவது இயல்பே' என்ற ஆசிரியப்பா, உயிர் உடம்பின் பற்றுடைய தென்ற கருத்தை நயம்படக் குறித்தது காண்க.

'சிவம்' என்ற சொல் செம்மை யடியாகப் பிறந்தது. செம்மை என்பது நன்மை, நேர்மை, சிறப்பு, மங்கலம், சுகம் என்கின்ற பண்பினையும் செந்நிறம் என்ற நிறத்தை யுங் குறிக்கும் ஒரு சொல். செந்நிறம் என்ற பொருளில் அச் சொல் வழங்குமிடத்து அதினின்று 'சிவ' என்ற சொல் எழுந்து வழங்குதல் கண்களிரண்டுஞ் சிவந்தன வென்பதில் அது சிவந்தன வென்பதன் பகுதியாக அமைத லால் விளங்கும். கடவுளை ஆசிரியர் திருவள்ளுவ நாயனார் செம்பொருள் என்றார். செம்பொருள் என்னும் சொற் றொடரின் பொருளே சிவம் என்பதற்குங் கொள்ளப்படும். இப் பொருளிலே தான் 'சிவம்' என்பது வடமொழியிலும் வழங்குவது. சிவம் என்ற சொல்லை வடமொழியாகக் கொண்டு கூறும் தாதுப்பொருள் தமிழ்ச் சொற்பொருள் போல அவ்வளவு சிறந்ததன்று.

சிவ என்பதிலுள்ள சகரம் ஆரிய பாஷைகளுள் ஆதி கிடையாதென்று பாஷாதத்துவ விற்பனர் கூறுகிறார். ச என்பது தமிழ் எழுத்து. ஸ் என்பது ஆரியம். ல என்பது ஆரியத்திலுண்டு; ள என்பது தமிழிலேதான் ஆதியில் வழங்கியது. அப்படியே ண என்பதும் ஆதியில் தமிழிலேயேதான் இருந்தது. தமிழிலே யுள்ள சகரத்தின் ஒலியே சிவம் என்பதிலுள்ள சகரத்துக்கும் ஆம் என்பது டாக்டர் கால்டுவெல் செய்த ஆராய்ச்சியால் இனிது விளங்கும்.

இதனாலே பொருளாலன்றிச் சொல்லாலும் சிவம் என்பது தமிழே. சுகந்தருவது, மங்கலந் தருவது என்று கடவுளைக் குறிப்பது தமிழரது நினைவின் போக்குக்கு ஏற்றதேயன்றி, பண்டை ஆரியரது நினை வின் போக்குக்கு ஏற்றதன்று. காணப்படும் பொருட்கு அப்பாற் பட்டவனென்றும் இன்பந் தருபவனென்றுங் கடவுளை யெண்ணுவது பண்டைத் தமிழ்

மக்களது இயல்பு. அளப்பருந்தன்மை வளப்பெருங் காட்சிய தாகிய ஆகாயத்தைப் பார்த்தவுடனே எல்லையற்ற அவ் வாகாயமும் அங்கே தோன்றுகின்ற ஒளிப் பிழம்பாகிய ஞாயிறும் திங்களுமே முதல்வனாம் என்று திரியக்கொண்ட மனநிலையில் எழுந்த சொற்களே கடவுளுக்குப் பெயர்களாக வடமொழியில் வழங்கின. பிரமன், விஷ்ணு, ருத்திரன் என்ற சொற்கள் பெரிதும் பரந்தன, செம்மையன் என்னும் பொருள்களில் ஆதியில் வழங்கின. பெரிது என்னுஞ் சொல்லில், அளப்பரிதாய உலகினின்றும் கடவுளைப் பிரித்தறிதற்கு உரிய பொருட் சிறப்பு ஒன்றுந் தோன்ற வில்லை.

முதலில் அளப்பரிய உலகையே பெரிதெனக் கொண்டு உலகையும் முதல்வனையும் ஒன்றெனக் கருதினோர் கூறிய சொற் போல அது விளங்குகின்றது. எவ்வாறு பொருள் கொள்ளினும் கடவுள் என்ற சொல்லைப் போலப் பொருள் வளமுடைய தன்று. விஷ்ணு என்ற சொல் வியாபகன் எனப் பொருள்பட்டு எங்கு மிருப்பவன் என்று கடவுளைக் குறிக்கும். எங்குமிருந்து அவன் செய்வது யாதென அச்சொல் விளக்காததால் அஃது இயவுள் என்ற சொல்லைப் போல் பொருளாற்ற லுடைய தன்று. அதற்கு நேராய மால் என்ற சொல் அன்பு என்னும் பொருள்பட்டு, கடவுளுடைய திருவருளைக் குறிப்பது. விஷ்ணு என்பதின் பகுதிப் பொருளுடைய தமிழ்ச்சொல் இறைவனென்பது. அஃது இறு என்பதனடியாகப் பிறந்தது. இறு என்பது தங்குத லென் னும் பொருளுடையது. ருத்திரன் என்ற சொல் பல பொருள் உடையதாயினும் செம்மையனென்ற பொருளில் முதல்வனை ஆரியர் நெருப்புவாயிலாக வழிபட்டமையை வெளிப்படுத்தும். துன்பம் நீக்குபவன் என்று அச் சொற்குப் பொருள் கொள்ளினும் அஃது இறைவனை மாத்திரம் குறிக்கும் நயம் உடையதாகத் தோன்றவில்லை.

இதுகாறுங் கூறியவாற்றால் முழு முதற் கடவுள் ஒருவன் உளனென்றும், அவனின் வேறாய் உயிரும் உலகும் உளவென்றும், அன்பினால் வழிபடுவார்க்கு முதல்வன் அருள்

புரிவானென்றும், பண்டைத் தமிழர் ஆரியக் கலப்பின் முன்னே உணர்ந்தனர் என்பதைத் தமிழ்ச் சொற்களே இனிது விளக்குவது கண்டாம். இம்மொழி கள் தனித்தமிழ்ச் சொற்களாயும் மொழி பெயர்ப்பான் அமைந்தன வல்லாதனவாயும் விளங்கலாலும் வடமொழிப் பண்டை நூலிற் காணப்படும் கடவுட் பெயர்கள் தமிழ்ப் பெயர்கள் போல அத்தகைய பொருள் நலமுடையதல்ல வாகலானும் இச்சொற்கள் குறிக்கும் அரிய உண்மைகள் ஆரியக் கலப்பின் பின் தமிழர்க்குத் தெரிந்தனவென்று கொள்வதற்கு இடமில்லை.

'மறைமொழிதானே மந்திர மென்ப' என்று தொல் காப்பியர் குறித்ததை ஆராயுமிடத்து வடமொழியில் மந்திரம் போலத் தமிழில் மறை மொழிகள் இருந்தன என்றும் அவை கருதிய பயனைக் கொடுக்கும் ஆற்றலுடையன வென்றும் விளங்குகின்றன. சொற்பொருட்கு ஏற்ப, மறை மொழியைத் தமிழ் மூதறிவாளர் தக்கார்க்கு மறைவாக ஈதலன்றி வெளிப்படக் கூறமாட்டார். ஆதலால் ஆசிரியர் நச்சினார்க்கினியர் தமிழ் மந்திரங்களை வல்லார்வாய்க் கேட்டுணர்க வென்றார். ஈதறியார் மந்திர மென்பது தமிழர் அறியாததொன்று என்று பிதற்றுவார்கள். எம்மந்திரத்திற்கும் மூலமாகிய பிரணவ மந்திரம் தமிழே என்பது,

'கொன்றைச் சடையார்க்கு ஒன்றைத் தெரியக்
கொஞ்சித் தமிழாற் பகர்வோனே'

என்ற அருணகிரிநாதர் திருவாக்கால் இனிது விளங்கும். பாதுகாப்பவன் என்கின்ற பொருளில் கடவுள், ஓம் எனப் படுவரென (வடமொழி)க் கூர்ம புராணத்திற் கூறியவாறே பாதுகாத்தல் என்கின்ற பொருளில் தமிழிலேதான் ஓம் என்பது சொன் மூலமாக விளங்குகின்றது, ஓம்பு என்பது அதனடியாகப் பிறந்த சொல். பகுதியின் பகுதியே சொன் மூலமெனப்படும். எழுத்து வடிவாலும் பிரணவம் தமிழே யென்பது சொல்லாமல் விளங்கும். செவிப்புலனாக ஒலிக்கப்படு மிடத்தும் அது தமிழ் நூல் விதிக்கு ஏற்றதாய்

விளங்கு மென்று திருவாளர் பா.வே. மாணிக்க நாயக்கரவர்கள் நன்கு விளக்கிப் போந்தனர். பிரணவத்தை 'முத் தமிழ்' என்று கூறும் சித்தர் வழக்கினையும் உற்று நோக்குக.

இனி, மந்திரங்களுள் பிரதானமாகிய பீஜமந்திரம் எனப்படும் வித்தெழுத்து வடமொழி வேதத்தின் மிக்குப் புலனாவது அன்றென்றும், தந்திரத்திற்கே உரியதென்றும் கல்கத்தா ஐக்கோர்ட்டு நீதிபதி *(High Court Judge, Calcutta)* யாகிய சர். ஜாண் உட்ராவ் *(Sir John Woodroffe)* என்பவர் கூறியுள்ளார். வடமொழியில் தந்திர மெனப்படுவதும் தமிழில் நூலெனப்படுவதும் ஒரு பொரு ளுடையனவே. தமிழர் இமயமலை முதல் குமரி ஈறாக உள்ள நாடு முழுவதிலும் பரவியிருந்தனர் என்று சரித்திர நூலார் கூறுகின்றார்கள். ழகர எழுத்துள்ள மொழிகள் இமயமலைச் சார்பில் இன்றும் வழங்குகின்றன. தமிழ் மக்களுள் சிறந்த வேளாளரே கங்கை மைந்தர் எனபது, அவர் கங்கைத் துறையில் ஒருகாலத்தில் வாழ்ந்ததைக் குறிக்கும். இருக்குவேதத்தில் நன்கு ஆராய்ந்த மேல் நாட்டுக் கவிஞ ராகிய *(Ragozin)* ரகோசின் என்பவர் தமது *(Vedic India)* வேடிக் இந்தியா என்னும் நூலுள் 'சிவன்' என்னுந் தெய்வம் திராவிடரால் வணங்கப்பட்ட தென்றும், திராவிட மன்னர் பலர் வடநாட்டில் அரசு புரிந்தனர் என்றுங் கூறி யுள்ளார். வடநாட்டில் தமிழர் நிலவிய காலத்துப் பொன் மலையின் ஒரு பகுதியாகிய கைலை என்னு மிடத்தைத் தமது சமய நிலையமாகக் கொண்டனர்.

ஆவும் கூவிளமும் கண்மணியும் வடநாட்டில் செழித் தோங்கிய பொருள்களே. இமயமலைச் சாரலில் ஆரியரும் தமிழரும் ஒருங்கு கலந்தனர். தமிழரது நூலை ஆரியர் தந்திர மென்றனர். ஆரிய மொழியிலுள்ள தந்திரங்கள் யாவும் தமிழ் நூல் வழியவென்பது தந்திரத்தை ஆரியர் அவைதிக மென்று கொண்டமையால் இனிது விளங்கும். தந்திரமென்பன ஆரியருக்குத் தமிழரிடமிருந்து புதிதாக வந்தமையால் 'வந்தது' என்னும் பொருளுடைய ஆகமம் என்னுஞ் சொல்லை அதற்கு இட்டு வழங்கினர் போலும். தந்திரத்தின் பல கருத்துக்கள்

வேதத்துள் புகுவனவாயின. தமிழ் நாட்டு அறிவர் தமது மாணவர்க்கு ஆகமம் அறிவுறுத்தினார் என ஆசிரியர் நச்சினார்க்கினியர் தொல்காப்பிய வுரையுட் கூறியது காண்க. தந்திரச் சார்பாய நூல்கள் கூறும் மருத்துவம், மந்திரம், யோகம், ஞானம் முதலியன வைதிகச் சார்பாய நூல்கள் கூறுமவற்றுள் நின்றும் வேறாகக் காணப்படுதலாலும் வைதிகச் சார்பாயெழுந்த சாங்கியம் முதலிய அறுவகைக் கோட்பாடுகளையும் தந்திர நூலார் புறமெனக் கழிப்பதாலும் அவ்வாறே தந்திரக் கோட்பாடு விசேஷங்களைப் புறமென வைதிக நூலார் ஒதுக்குவதாலும் தந்திர நூலோடு தமிழ் நாட்டுச் சித்தர் நூலினை ஒப்பிட்டுப் பார்க்குமிடத்து அவற்றுள் ஒற்றுமை மிகுதி காணப்படுதலாலும் கடல்கொள்வதன்முன் தமிழிலிருந்த அறிவர் நூலும் பின் எழுந்த வடமொழித் தந்திர எலும் முதலும் வழியுமாமென யூகிக்கப்படும். தமிழ் நாட்டு மூவேந்தரும் தமது அடையாளங்களை இமயத்தில் பொறித்தமை இமயம்வரை தமிழ்நாடு ஒரு காலத்தில் பரவியிருந்ததென யூகித்தற்கு இடந்தரும். எங்ஙனம் கைலைத்திருமலை தெய்வப் பொதுநிலையமாகக் கொள்ளப் பட்டதோ அவ்வாறே தென்னாட்டிலே பொதியின் மலையும் கொள்ளப்பெற்றதே. இமயமும் பொதியிலும் சைவரது நாட்டின் எல்லை யென்பார்,

'கயிலையும் பொதியிலும் இடமென உடையாய்'

என்று தேவாரத்துள் அருளிச் செய்தமையுங் காண்க.

தமிழ்நாட்டுத் திருத்தொண்டர் வரலாறு கூறப்புகுந்த சேக்கிழார் பெருமான் திருமலைச் சிறப்புக் கூறியதும் இவ் வியைபு பற்றியே என்க. வடிவ வணக்கமானது முதல் முதல் தந்திர நூலினுள்ளே காணப்பட்டதென்று சர் ஜாண் உட்ராவ் என்பவர் கூறியுள்ளார். தமிழ்ப் பண்டை நூல் களும் இவ்வுண்மையை வற்புறுத்துகின்றன. ஆதலின் இமயத்துள்ள கோயில்கள் பலவும் தமிழராலாதல் அவரது வழிச் சென்றோராலாதல் அமைக்கப் பெற்றிருத்தல் வேண்டும்.

தென்னாட்டிலுள்ள பெரிய சிவாலயங்கள் யாவும் சைவ சித்தாந்திகளது முயற்சியால் அமைந்தன வென்பதை டாக்டர் கால்டுவெல் என்பவர் தெரிவித்திருக்கிறார். ஆதியில் எல்லா ஆகமங்களும் சிவபெருமானைப் பற்றி யனவே யென்பது 'சர்வாகம மயச்சிவ:' என்ற நாரத பரிவிராஜகத்தால் இனிது விளங்கும். வேதத்துள்ளும் உபநிடதத்துள்ளும் பலவிடங்களில் சிவனைப்பற்றிய உரைகள் காணப்படினும் சைவாகமத்துள்ளே தான் சிவனைப் பற்றிய யாவும் பரக்கக் காணலாம் என்ற கருத்தை 'சிவச்சைவாகம ஸ்தானாம்' என்ற அன்ன பூரண நிடதம் விளக்கியதூஉங் காண்க. இதனால் வேதத்துள் காணப்படும் சைவபாகம் ஆகமத்தினின்றும் போந்தமை தெளிவு. ஆகம ஞானமாகிய தமிழரது தத்துவ ஞானத்தை ஆரியர் தமிழ் அரசரிடமிருந்து முதலில் உணர்ந்தன ரென் பது சாந்தோக்கியத்துள் குறிப்பால் உணர்த்தப்பட்டது.

ஆரியர்க்குள் ஆதியில் கனல் வழிபாடே சிறந்து விளங்கிற்று. கனல் வழிபாட்டைச் சிறப்பாகச் செய்யும் ஆரியர், அம்மக்கட் கூட்டத்துள்ள ஏனையோரிலும் சிறந்தவராதல் பற்றிப் பிராமணர் எனப்பட்டார். பிராமணர் என்ற சொல்லிற்குப் பெரியவரென்பது பொருள். எக்கூட்டத்தாருள்ளும் கடவுட் பூசைக்குரியார் பெரியார் எனப்படுதல் இயல்பே. தொன்றுதொட்டுக் கனல் வழிபாடியற்றிய நான்கு பிராமணர் தத்துவஞானம் உணரவேண்டி ஓர் அரசரிடம் சென்றனர் என்று சாந்தோக்கியங் கூறுகின்றது. இவண் நோக்கத்தக்க தொன்றுண்டு.

ஆரியருள் போர் புரிவோர் அரசராகவும், சமயத் தலைவர் பிராமணராகவுமிருந்தனர். ஆரிய அரசர் தத்துவ ஞானம் உணர்ந்திருப்பின் அவர் தமது கொள்கையைப் பிராமணர்க்கு அறிவித்து அன்னோர் வழிபாடும் தமது குடிகள் வழிபாடும் அக்கொள்கைக்கு ஏற்புடைத்தாக நிலவும் வண்ணம் ஒழுங்கு செய்திருப்பர். ஆதலானும் பின் வரும் அரச வாக்கியத்தாலும் பிராமணர் நால்வரும் சென் றடையப் பெற்ற மன்னன் ஆரிய மன்னன் அன்றென்பதும் அவன் தமிழ் வேந்த னென்பதும் தெளியப்படும். மேற் குறித்த நான்கு பிராமணரையும் நோக்கி

அரசன் கூறிய தாவது, 'நீவிர் எம்மிடம் வந்தது வியப்பைத் தருகின்றது; பிராமணன் ஒருவனும் இந்த ஞானத்தை இதுவரை பெற்ற தில்லையே' என்பதே.

இனி, ஆகமம் என்பதைப் பற்றி ஒரு சிறிது ஆராய்வோம். ஆகமம் என்னுஞ் சொல் சிவபெருமானிடமிருந்து வந்த ஞான நூலைக் குறிக்கு மென்பர். சிவபெருமான் அவர் ஞானத்தை விஞ்ஞானகலர் பதின்மருக்கும், ருத்திரர் பதினெண்மருக்கும் கூறிய முறையால் ஆகமம் இருபத்தெட்டாயின என்னும் சரிதம் ஒருபுற மிருப்ப, ஆகமங்களை யெல்லாம் சிவபெருமான் உமாதேவியாருக்கு அறிவுறுத்தினார் எனவும் இறைவனது ஐம்முகங்கள் வாயிலாக ஆகமப் பொருளை அறுபத்தறுவர் கேட்டனரெனவும் கூறும் வரலாறுகளுமுள. ஆதிசைவர்க்குக் கோத்திரத் தலைவராகிய அகத்தியர் முதலிய ஐந்து முனிவர்க்குள் நான்குமுனிவர்க்கு அவ்வைந்தாகமங்களையும் ஒருவர்க்கு எட்டு ஆகமங்களையும் ஐம்முகங்கள் வாயிலாக சதாசிவ மூர்த்தி அருளியதாகக் கூறுவதுமுண்டு.

இந்நில வுலகத்திலே ஆகமங்கள் மன்னுமாமலை மகேந்திர மலையில் அருளப்பட்டன வென்று ஸ்ரீமாணிக்க வாசக சுவாமிகள் அருளிச் செய்திருப்பதாலும் மகேந்திர மலை பொதியத்திற்குத் தென்பாலிருப்பதாகச் சிவதருமோத்தர முதலிய ஆகமங்கள் கூறுதலாலும், அஃதிருந்த நாடு தமிழ்நாடா யிருந்ததாலும், ஆகமங்கள் முதல் முதல் தமிழிலே அருளிச் செய்யப்பட்டன வென்பது யூகிக்கப்படும்.

அவற்றின் திரிபுகளை இப்போதுள்ள வடமொழி யாகமங் களென்பர். தமிழிலே ஆகமமென்ற சொல்லானது பல வகைச் சமயத்தார்க்கும் உரிய சாதன நூல்களைக் குறிக்கப் பொது வகையாகவும் வழங்கும்; அது பரிமேலழகர் உரையிற் காண்க.

இங்ஙனம் கூறியவைகளால் நாம் தெளிதற்குரிய பொருளாவது ஆகமமென்பது ஞான நூலைக் குறிக்கும் ஓர் மொழி எனவும், அதனைப் பக்குவர்க்குத் தமது திருவருள்

வாயிலாக அவரவர் பக்குவத்திற் கேற்ப உணர்த்த அன்னோர் செய்த நூல் ஆகமமாமெனவும், அவ்வா றெழுந்த உயர் நூல் உஅ எனவும், அவற்றிற்குத் தலைவர் ஐம்முனிவரெனவும் யூகிக்கப்படும்.

பண்டைச் செந்தமிழ் அருள் நூல்கள் மறைந்த பின்னர் வடமொழி வேதங்களை நான்காக வகுத்த வியாசமுனிவர் அவ்வேதங்களிலே குறிப்புப் பொருளாகச் சைவ நூலுண்மைகளை அமைத்து வைத்தனர். சிறப்புப்பொருளாகச் சிவமாநெறிக் கொள்கைகளை யெடுத்து விளக்கும் வட மொழி நூல்கள் ஆகமமெனப் பெயர் பெற்றன. தமிழிலே பண்டை நான்மறை முறைகளை உலகிற்கு உணர்த்தக் கருதிய தெய்வப் புலமைத் திருவள்ளுவர் சைவ சித்தாந்தக் கருத்துக்களைப் பொதுவகையால் திறம்படத் தமது நூலுள் அறப்பகுதியில் ஓதியருளினர். பின்னர் சைவத் திருநெறித் தலைவராகிய முதல்வர் நால்வரும் தமது வுட் பழம் பாடல்களிலே தாம் நுகர்ந்த சைவ சித்தாந்தத் தேனமுதத்தை நிறைத்து உலகிற்கு உதவினர்.

அவ்வாறே இருமொழி நூற்கடலும் நிலைகண்டுணர்ந்த திருமூல மாமுனிவர் முதலிய பேரறிஞர் தமது அறிவு நூல்கள் வாயிலாகச் சைவசித்தாந்த ஒளியைத் திகழச் செய்தனர். அப்பெரியார் காலங் கழிந்தபின் செந்தமிழ் அறிவு நூல்களையும் சிவாகம நூல்களையும் ஆராயும் முயற்சி குறைந்த மையானும் வேத ஞானகாண்ட சாரமாய் வியாசர் செய்த பிரம சூத்திரத்தைப் பொதுப் பிரமாண நூலாகப் பலர் தழுவித் தத்தமக்குத் தோன்றியவாறே பொருள் கொண்டு உலகிற்குப் பெருமையல் விளைத்தனர். ஆதலால் பிரமசூத்திர பாடியங்களா லுண்டாகிய மயக்கத்திற்கு மருந்தில் லாது மன்பதைகள் அலமுற நின்றனர். அப்பொழுது தென்முகத் தெய்வப் பரமாசாரியர் திருவருளால் பொல் லாப் பிள்ளையாரிடம் உண்மை நூல் உணர்வினை முழுதும் பெற்ற ஸ்ரீ மெய்கண்ட தேவ நாயனார் சைவ நன்மக்களது பெருந்தவக் கொழுந்தா யெழுந்தருளிச் சிவஞான போதம் என்னும் சைவ சித்தாந்தத் தலைமணி நூலைத் தமிழுக்கு

உயிரான பன்னிரண்டெழுத்தென்னப் பன்னிரண்டு சூத்திரங்களால் திருவாய் மலர்ந்தருளி அதனை ஸ்ரீ அருணந்தி சிவாச்சாரியார் முதலிய தமது மாணவர் நாற்பத்தொன்பதின் மருக்கும் உபதேசித்தருளினர். சிவஞான போதத்தின் வழிநூலாக வெழுந்த சிவஞான சித்தியார், சிவப் பிரகாசம் முதலிய நூல்கள் செய்யுள் வடிவாயிருந்தமை யால் பிற்காலத்தார் சைவ சித்தாந்த நூற் பொருளைத் தெள்ளிதின் உணர்ந்திற்றிலர். வடமொழிச் சிவஞான போதத்திற்குச் சிவாக்கிரயோகிகள் இயற்றிய உரைபெரிதும் பயனுடைத்தெனினும் சைவ சித்தாந்த நுட்பத்தைச் செவ்வனே விளக்கும் ஆற்றல் மிக்குவதன்று. ஸ்ரீ உமாபதி சிவாச்சாரியார் செய்தருளிய பௌட்கர விருத்திப் பொதுப் பாகத்தை வடமொழியில் நன்கு விளக்குவதாகும்.

எனினும் அது சைவ சித்தாந்த உண்மைகளை முழுவதும் கூறும் நூலன்று. வடமொழிச் சிவஞான போதத்திற்கு வித்தியாரணியர் முதலிய புற மதத்தினர் தத்தமக்குத் தோன்றியவாறே பொருள் கொண்டனர். ஆதலால் சிவ ஞானபோதப் பொருளை அளவை நூன்முறைக் கேற்பவும் இருமொழி அருள் நூல்முடிவிற் கேற்பவும் விரிவாக விளக்கும் பேருரைப் பெருநூ லொன்று வேண்டியதாயிற்று. அது துறைசை மாதவச் சிவஞான யோகிகளாலே இயற்றியருளப் பெற்றது. வடமொழியிலும் தென்மொழி யிலுமுள்ள சைவசித்தாந்த வுண்மைகள் முழுவதையும் இனிது விளக்கிச் சைவசித்தாந்த நூல்களின் முடிபை உணர்தற்குரிய தெளிவினைக் கற்பார்க்கு நல்கும் கதிர் மணி நூல் இஃதேயாம் என்பது யார்க்கும் விளங்கும். இங்ஙனம் ஒருவாறு சைவ சித்தாந்த வரலாறு கூறி முடித் தாம்.

குறிப்பு

சைவ சித்தாந்த நன்மக்கள் யாவரும் தமது சமய நூல்களைக் குறிக்கொண்டு பாதுகாத்தலைத் தமது பெருங் கடனாக எண்ணக்கடவர். நூல் பாதுகாப்பு ஒன்றினாலே ஆரியர் தமிழரின் மேம்பட்டனர். நூல் பாதுகாவாமை யினாலேயே தமிழர் தம் பெருமையை இழந்தனர். தமது சமய நெறி இன்னதென உணர்ந்து அதன்வழி ஒழுகுவதைக் கடைப்பிடித்தலினாலே ஏனையோர் உயர்ந்தனர். அங்ஙனம் செய்யாமையினாலே சைவர் அஃகி ஒழிந்தனர். அம்மட்டோ! நமக்குப் பெரு வாழ்வும் பெரு நிதியுமாகிய திருக்கோயில், திருமடம் முதலிய சைவ சமய நிலையங்களைப் புறச்சமயத்தார் பறிகொள்ள விடுத்து வாளாவிருக்க நேர்ந்தது. சைவ சித்தாந்த நூல்களை இனியாவது நாம் கைநழுவ விடாது போற்றிப் புரப்போமாக. சைவ சித்தாந்தத்தின் சார்பாய நூல்களனைத்தையும் தமிழிலே அச்சிடுவித்துப் பயன் கொள்ளுதலும் நமது கடமையே. ஆங்கிலத்திலே *Science* என்கிற பூத நுண்ணூல், புல நுண்ணூல்கள் போல் நுண்ணூல்கள் யாவும் சைவ சித்தாந்தத்திற்குச் சார்பாக இருப்பின் அவற்றையும் நாம் கொள்ளவேண்டும். வடமொழி தென்மொழிகளி லுள்ள சரியை கிரியா யோக நூல்கள் யாவும் சைவசித்தாந்த சார்பினவாதலால் அவற்றையும் தமிழிலே யாரு மறிய அச்சிடல் வேண்டும். எளிதாக யாவர்க்கும் விளங்கும் வண்ணம் சித்தாந்தக் கொள்கையினைப் பரப்புதற்குச் சிறு நூல்கள் வெளிவரல் வேண்டும். திருவாசகம், சிவ ஞான போதம் என்னும் இரண்டு நூல்களையும் சொற் பொருளாதல் விளங்கும்படி அச்சிடுவித்து யாவர்க்கும் குறைந்த விலைக்குக் கொடுக்க வேண்டும்.

கிறித்தவர்கள் யாவரும் சைவ சித்தாந்த வுண்மைகளைச் சுருக்கமாகவும் விளக்கமாகவும் உணரும் வண்ணம் போதகர்கள் நியமித்து அவற்றைக் கற்பிக்கவேண்டும்.

சைவமாணவர் தங்கள் நூலைக் கற்றுப் பாதுகாத்துப் பிறர்க்கு ஈதல் போன்று சைவர் ஒவ்வொருவரும் சைவ நூல்களைக் கற்றுப் பாதுகாத்துப் பிறர்க்குப் பயன்படச் சொல்லல் வேண்டும். இன்றேல் சைவரென்னும் பெயர்க்குப் புறம் பேயாவர். குடதிசைக் கிறித்தவக் குருக்களாகிய *Dr G. U. Pope, Dr. Gowdie* முதலியவர்கள் திருவாசகம், சிவஞான போதம் முதலிய நூல்களைக் கற்றுச் சீராட்டிப் பாராட்டி நிற்கவும், நம்மவர்கள் தங்கள் பெருநிதியிழந்து புறச்சமயிகள் முன் திகைத்து நிற்பது எத்துணை யிரங்கத் தக்கதாகின்றது. இந்நாட்டிலே பொருளாளரும், துறவிகளும் சைவசித்தாந்தம் இன்னதென்றுணராது கொன்னே லாழ்நாட் கழிக்காநிற்ப, சுமார்த்தரும் வைணவரும் தமது மொழியினையும் தமது சமய நூலினையும் அரசாங்கத்தாரும் சர்வகலாசங்கத்தாரும் மதித்துப் பேருதவி செய்யும் வண்ணம் முயன்று வெற்றி பெற்றிருக்கின்றார்கள். அம் மட்டோ! நமது சமய வளர்ச்சிக்காகவும் தமிழ் வளர்ச்சிக்காகவும் கோயில்களிலும் மடாலயங்களிலும் வைத்த பெருநிதிக் குவியல்களெல்லாம் தஞ்சமய வளர்ச்சிக்கும் தம் மேம்பாட்டிற்குமே உரிமையாக்கிக் கொண்டார்கள். சர்வகலா சங்கத்தார் வடமொழி வேதாந்தநூல் வல்லார்க்குச் சிரோன்மணிப் பட்டம் கொடுப்பதாக ஏற்படுத்தி இருப்பது போல் சித்தாந்தப் புலமைப் பட்டங்கள் அமைக்க வேண்டுமென்று நாம் அறிவிக்க வேண்டும்.

ஆதலால் சைவ சித்தாந்திகள் தமது அரிய நூல்களையும் சமயத்திற்கு உயிராகிய நிலையங்களையுங் காக்கத் தளராது பாதுகாக்க முயல்வதுடன் தமது ஒப்பற்ற சமயம் எங்கும் பரவுதற்குரிய முயற்சிகள் யாவும் செய்து வெற்றி பெறும் வண்ணம் விடாமுயற்சியையும் தளராத ஊக்கத்தையும் நிலைத்த பேரான்மையும் சிவபெருமான் பெருங்